நடந்த நாடகங்கள்

மு. மேத்தா

கவிதா பப்ளிகேஷன்

தபால் பெட்டி எண் : 6123
8, மாசிலாமணி தெரு, பாண்டி பஜார்,
தி. நகர், சென்னை - 600 017.
℡ 2436 4243, 2432 2177

விலை : ₹ 75/-

ISBN : 978-81-8345-465-0

Pages : 80

○ Nadantha Naadagangal by Mu. METHA ○ Copyright: Thirumathi MALLIKA METHA ○ First Edition : April-1982 ○ Second Edition : January-1983 ○ Third Edition : February-1984 ○ Fourth Edition : 1985 ○ Fifth Edition : March-1988 ○ Sixth Edition : March-1990 ○ Seventh Edition : May-1992 ○ Eighth Edition : December-1994 ○ Nineth Edition : October-1998 ○ Eleventh Edition : December-2009 ○ Twelfth Edition (Kavitha) : December-2014 ○ *Published by:* KAVITHA PUBLICATION, Post Box No. : 6123, 8, Masilamani Street, Pondy Bazaar, T. Nagar, Chennai - 600 017. ℂ 2436 4243, 2432 2177, Telefax: 044-2436 4243, E mail : kavitha_publication@ yahoo.com, website : www.kavithapublication.in ○ DTP Design by : S. Asok kumar ○ Printed at : Repro India Limited, Navi Mumbai.

படையல்

எந்தப் பொற்பாதங்கள்
என் இதயப் பாதையில்
  நடந்து நடந்து
  கவிச் சிலிர்ப்பை
உண்டாக்கினவோ -
எந்தப் பூ விழிகள்
என் நெஞ்ச மேடையில்
  புகுந்து புகுந்து
புதிய புதிய கனவுகளை
  அரங்கேற்றினவோ -
  அவற்றிற்கு..

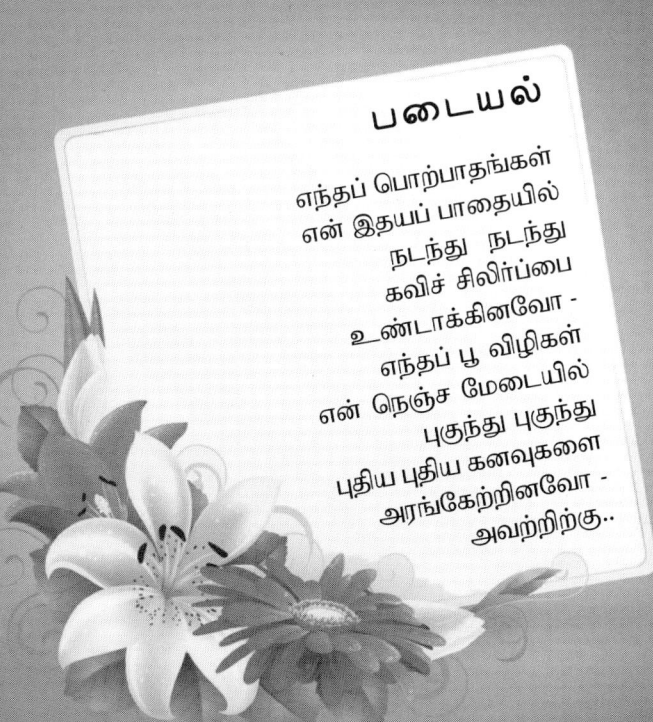

இக்கவிதைத் தொகுதிக்கான முன்னுரையை சென்னை மாநிலக் கல்லூரியில் முதுகலை முதலாண்டு தமிழ் - இலக்கியம் பயிலும் என் மாணவர்கள் எழுதுகிறார்கள்.

என் மாணவர்கள் எழுதுகிறார்கள்..

நெஞ்சை நெருடும் இந்தக் காதல் கவிதைகளைப் படித்து முடித்தவுடன் - ஓர் அயல்நாட்டு இலக்கியத்தைப் படித்தது போன்ற உணர்வுகளே என்னில் தோன்றின.

அருணாசலம்

இன்றைய தமிழ் இலக்கிய உலகில் - இளைய இதயங்களில் இடம் பிடித்துக் கொண்டிருக்கும் புதுக்கவிதை மாமன்னருக்கு என் பாராட்டுக்கள்.

ஆ. கருணாகரன்

தொலைதூரம் போய், காதலியை மறந்து வாழ நினைக்கும் கவிஞரே! எங்கு சென்றாலும் - தனிமையிலே இனிமை காண முடியாது.

சு. கோபால்சாமி

பிருதிவிராஜன் - காதலியைத் தூக்கிச் செல்கிறானோ - இல்லையோ - கவிதைக் குதிரையில் நம் இதயங்களைத் தூக்கிச் சென்று விடுகிறார் கவிஞர்.

பா. தாமரைச்செல்வன்

பாரதி படைத்த காதல் - அன்று. கவிஞர் படைக்கும் காதல் - இன்று.

செ. பொன்னுசாமி

இக்காதல் கவிதைகள் - சோழநிலா இளவரசிக்கு சுயம்வரம் நடத்தினால் - ஏற்ற காதல் இளவரசனை எங்கு போய்த் தேடுவேன் நான்?

செ. பலராமன்

என்றுமே அழியாமல் நிலையான அழகுடன் காட்சியளிக்கும் ஓவியம் போன்று - ஆசிரியரின் காதல் ஓவியங்கள் இதனுள் மிளிர்கின்றன.

அ. இராஜராஜன்

நடந்த நாடகங்கள் - மறுபடியும் ஒத்திகை ஆகின்றன.

பாண்டி. தென்னவன்

இதய மேடையில் மின்னும் பொன்மணிகள்-

வை. கோபால்

புதிய சமுதாய நோக்குச் சிந்தனையை வளர்க்கக் கவிதை படைக்கிறீர்கள் என நாங்கள் வீறு கொள்ளும் பொழுது உடனே காதல் கீதத்தை இசைத்து எங்களைச் சோகத்திலும், கற்பனையிலும் மூழ்கச் செய்து விடுகிறீர்கள்.

செல்வி. அ.பா. சாந்தி

கைக்கிளைக் காதலில், கல்லைக் கட்டிக் கொண்டு கடலில் மிதக்கின்ற காதலரைக் கவிஞர் கண்ணாடியாகிக் காட்டுகிறார்.

பாபு. கு. இராதாகிருஷ்ணன்

ஷாஜஹான் - மும்தாஜுக்காக ஆக்ரா நதிக்கரையில் மட்டும் தான் தாஜ்கால் எழுப்பினான். ஆனால் கவிஞரவர்களோ ஒவ்வொரு வாசகர் உள்ளத்திலும் அல்லவா தாஜ்மகாலை எழுப்பியிருக்கிறார்!

துரை. குணசேகரன்

எழவைக்கின்றீர்கள் - என்றாலும் அதிகம் அழ வைக்கின்றீர்களே!

ச. அழகிரி

நாங்கள் அனுப்பும் விடைத்தாள்கள் தேர்வுப் பந்தயத்தில் போட்டியிடுகின்றன. கவிஞரோ கண்கள் நடத்தும் காதல் போட்டியில் கலந்து கொள்ளக் கவிதைக் கடிதங்களை அனுப்புகிறார்.

மாய. மேகராசன்

காலை வேளையில் பூத்த காதல் மலர்களைக் கவிதை நூலில் கோத்து, ரசிக வண்டுகளை வரவேற்கும் மாலைதான் - இந்த நடந்த நாடகங்கள்

மி.ச.செல்வம்

தேடிக் கொண்டிருக்கிறேன்..
என் காதலியை அல்ல -
மு. மேத்தாவின் கவிதைகளை,
ஓ! கிடைத்து விட்டது!

பூ. செல்வராசு

நமக்கு மட்டும் சோழநிலா காட்டித் தமிழ்ச் சோறூட்டிய அன்னை, தனக்காகச் சுமந்து நின்றது கண்ணீர்ப் பூக்கள் மட்டும்தான் என்று இதுவரை நினைத்திருந்தோம். ஆனால் இன்றுதான் தெரிகிறது - இதற்கு முன்னே நடந்த நாடகங்கள் - அவளுக்கு ஓரளவு இன்பமும் தந்திருந்ததென்பது!

ந. கிருஷ்ணமூர்த்தி

அன்போடு
அனுப்பி வைக்கிறேன் -
உன்
கண்கள் நடத்தும்
காதல் திருவிழாவில்
கலந்து கொள்ள
என் கடிதங்களை!

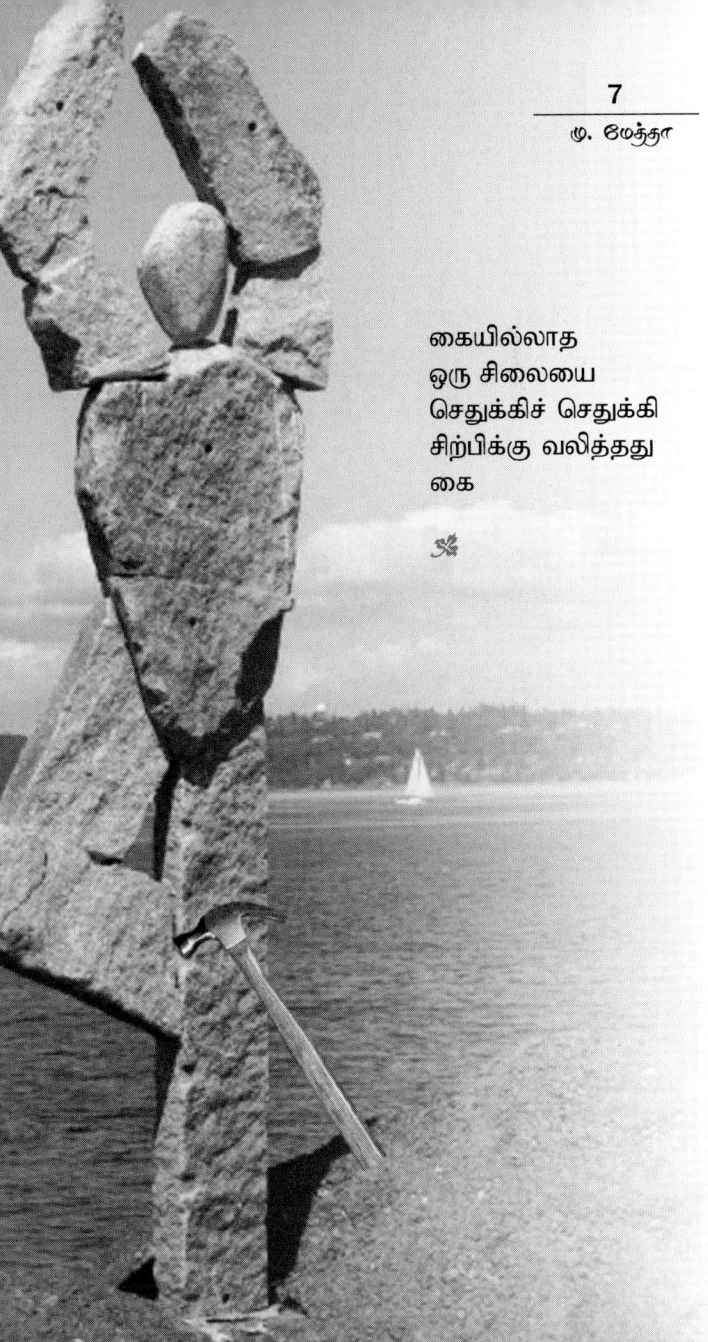

7

மு. மேத்தா

கையில்லாத
ஒரு சிலையை
செதுக்கிச் செதுக்கி
சிற்பிக்கு வலித்தது
கை

8

நடந்த நாடகங்கள்

அன்பின் காயத்தில்
மேலும் மேலும்
விழும்
அடிகள் -
என்
கண்ணீர்க் கவிதைகளுக்குக்
கிடைக்கிற
இந்தக்
கை தட்டல்கள்.

9

மு. மேத்தா

ஒரு பறவை தன்
சிறகைக் கழற்றுகிறது

10

நடந்த நாடகங்கள்

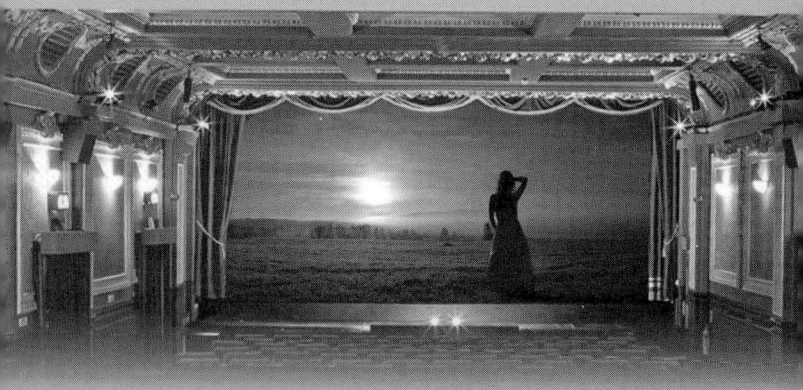

11
மு. மேத்தா

சொர்க்கத்தின்
விலாசத்தைப் போய்
விசாரித்தேன்
அவள்தான் சொர்க்கம்
என்பதை
அறிந்து கொள்ளாமல்!

அதன்மீது
ஆயிரக் கணக்கான
கற்பனை ரதங்கள்
அன்றாடம் ஓடும்.
இருப்பினும்
அந்த
ஒல்லி மலர்க்கொடி
ஒடியாமல்
இருப்பது
எப்படி?

மு. மேத்தா

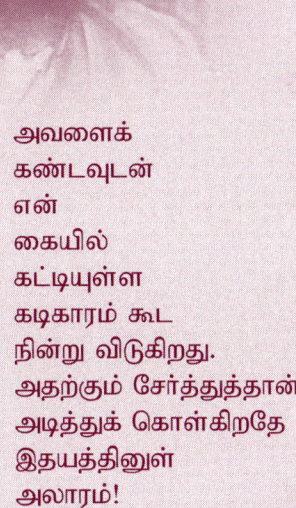

அவளைக்
கண்டவுடன்
என்
கையில்
கட்டியுள்ள
கடிகாரம் கூட
நின்று விடுகிறது.
அதற்கும் சேர்த்துத்தான்
அடித்துக் கொள்கிறதே
இதயத்தினுள்
அலாரம்!

கம்பிகளால் ஆன
குளங்களைக்
கண்டு கொண்டேன்.
உன்
தாமரை முகம் மலரும்
ஜன்னல்கள்
என்று!

மு. மேத்தா

உன்னுடைய உதடுகள்
உச்சரிக்கும் வரை
நான்
உணர்ந்ததில்லை..
என்னுடைய பெயர்
இத்தனை அழகாய்
இருக்கிறதென்று!

அவள்:

    பக்கத்து வீட்டுக்காரர்கள்
    உன்னைப்
    பைத்தியம் என்கிறார்கள்..

அவன்:

    உன்னைப்
    பார்த்ததிலிருந்தே
    உன்மீது நான்
    பைத்தியம்தான்
    இவர்கள்
    கண்டுபிடிக்கத்தான்
    இத்தனை
    கால தாமதம்!

மு. மேத்தா

கருணை மயமான
கடவுளுக்குக்
கல்லில்தான்
வடிவம் சமைக்கிறார்கள்!

உருகி உருகி
நெகிழும்
என் கவிதைகளுக்கும்
உன்னிடத்தில்தான்
உருவம் கொடுக்கிறேன்.

எனக்குத் தெரியும்
நீ விரும்புவது
என்னையல்ல
என் கவிதைகளைத்தான்
என்று.

ஆனால்
உனக்குத் தெரியுமா
உன்னை விரும்புவது
என் கவிதைகளல்ல-
நான்தான்
என்று..

19

மு. மேத்தா

தபால்காரனுக்குக் கூட
என் மீது
இரக்கமிருக்கிறது.

எவர் வீட்டுக் கடிதத்தையாவது
என் வீட்டில் போட்டு
தற்காலிக மகிழ்ச்சியாவது
தருகிறான்.

நீதான் இரக்கமில்லாமலே
இருக்கிறாய்..
எனக்கு வரவேண்டிய
கடிதத்தை
இன்னும்
எழுதத் தொடங்காமல்.

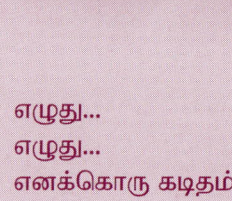

எழுது...
எழுது...
எனக்கொரு கடிதம்
எழுது.

என்னை
நேசிக்கிறாய்
என்றல்ல -

நீ
வேறு எவரையும்
நேசிக்கவில்லை
என்றாவது
எழுது!

வெள்ளைப் பொட்டிட்டு
மேனியெங்கும் பூச்சூடி
ராத்திரிப் பெண்
ஒரு ரகசியம் சொல்கிறாள்:

"பிரிந்தவர்
வருந்தினார்
இருந்தவர்
அருந்தினார்.."

அரியாசனம் ஏற
ஆசைப்படவில்லை
வரலாற்றில்
இடம் கேட்டும்
வருத்தப்படவில்லை

நான்
கேட்கும் இடமெல்லாம் -

நீ
தலைவைத்துத் தூங்குகிற
தலையணையில்தான்!

அணைக்கக்
கூப்பிட்டேன்..

குதூகலமாக
வந்து
குளிர்காய்ந்து விட்டுப்
போகிறாயே..

பரண்மேல் இருக்கும்
கட்டை போல்

உன் மனது
பத்திரப்படுத்தப்
பட்டிருக்கையில்

என் உள்ளம் மட்டும்
ஏன்

அடுப்பில் எரியும்
விறகுபோல்
அவதிப்படுகிறது?

நான்
சண்டையைத் தொடங்குகிறேன்
ஒரு
சமாதானத்திற்காக!
நீயும்
சமாதானமாக இருக்கிறாய்..
சண்டையிடுவதற்காக!

இத்தனைக் காலமாய்
நான் சுமந்து வந்த

பல்லக்கை
இறக்கி வைத்து விட்டு
இளைப்பாறுகையில்..

திரை
கொஞ்சம்
விலகிய போது
தெரிந்தது..

உள்ளே நீ
இல்லையென்ற
உண்மை!

மு. மேத்தா

வீணாக ஏன்
திறந்து வைத்திருக்கிறாய்
உன்
விழி வாசலை..

இதய வீட்டைப்
பூட்டி
சாவியை
இடுப்பில்
முடிந்துகொண்ட பிறகு!

கத்தி மாதிரிக்
கண்கள் - என்றேன்
என்
இதயத்தின் மீதுதான்
தீட்டிப் பார்க்கப் போகிறாய்
என்பதைத்
தெரிந்து கொள்ளாமல்.

மு. மேத்தா

என்னுடைய
இதயத்தில் பார்
விழுப்புண்கள்
எத்தனை
என்று..

ஒவ்வொன்றும்
உன் பெயரைத்தான்
உச்சரிக்கிறது -

அநியாயப்
படையெடுப்பு நடத்திய
சக்கரவர்த்தியைப் பற்றி
உரைக்கும்
சரித்திரம் மாதிரி!

தேச வரலாற்றில்
இடம் பெறாமல் போன
தியாகிகளைப் போல்..

ஆயிரக்கணக்கான
இளைஞர்களின்
பெயர்கள்
விடுபட்டு விட்டன..

உன்
திருமண
அழைப்பிதழில்!

மு. மேத்தா

பக்கத்து வீட்டுக்காரனின்
கைகளில்
அந்தப்
பழக் கூடை

வேர்களுக்கு
நீர் விட்டுக் கொண்டிருப்பதோ
இன்னும் என்
விழிகள்.

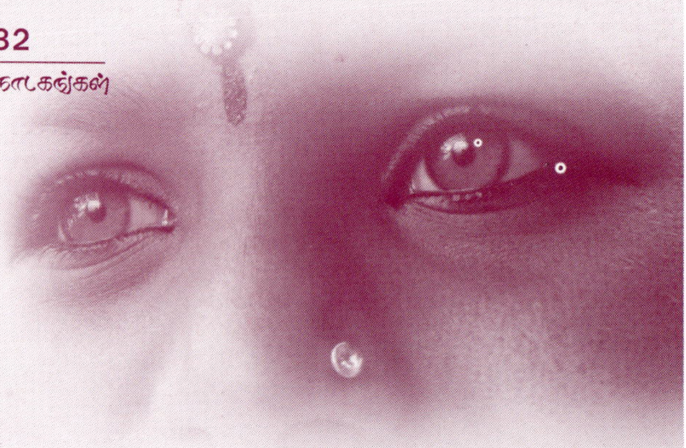

சரித்திரம்
இறந்தவனுக்காகக்
கவலைப்படுகிறது.
சமத்துவம்
இருப்பவனுக்காகக்
கவலைப்படுகிறது.

என்
கவிதையோ -
இறக்காமலும்
என்னோடு
இருக்காமலும்
இருப்பவளுக்காகக்
கவலைப்படுகிறது.

மு. மேத்தா

கையே!
நீயொன்றும்
கவலைப்படாதே!

நீ தட்டுவது
அவளுடைய
இதயத்தின் கதவையோ
இல்லத்தின் கதவையோ
அல்ல..

நேரங் கடந்தாவது
திறந்து கொள்ளும்
நினைவுகளின்
கதவைத்தான்.

அதனால்
கையே
நீயொன்றும்
கவலைப்படாதே!

என் ஞாபகங்களைக்
கழற்றி
எறிந்து விட்டு
வாழ்க்கைப் பாதையில்
நீ
நடக்க முடியாது.

கவனித்துக் கொள்..
அவை
உன்னுடைய
காற் செருப்புகள்
அல்ல..
கால்கள்!

35

மு. மேத்தா

இதயம்
கண்களைக் காட்டிலும்
மென்மையானது என்பதை
ஏற்றுக்கொள்ள மாட்டேன்.

ஒரு சின்னத்
தூசி விழுந்தபோது கூட
தாங்க முடியாமல்
கண்கள்
தவித்தன.

இதயமோ
இழந்த காதலின்
இடி விழுந்த பிறகும்
இடியாமல் இருக்கிறது!

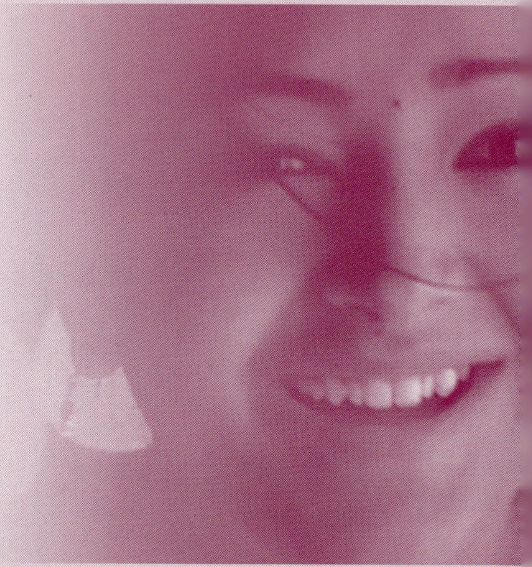

சிரிப்பு என்
சிநேகிதி
கண்ணீர்தான் என்
காதலி!

சிரிப்பு
உதட்டு வாசலில்
உட்கார்ந்திருக்கிறாள்!

கண்ணீரோ
உள்ளே இருந்து
எனக்காக
உருண்டு விழுகிறாள்..

சிரிப்பு என்
சிநேகிதி
கண்ணீர்தான் என்
காதலி.

அகன்ற வானத்தை
எனக்கு
அறிமுகப்படுத்தியதால்
என்ன பயன்..

காதல் என்கிற
இந்தக் காற்று
முதலில்
சேதப்படுத்தியது
என்
சிறகுகளைத் தானே!

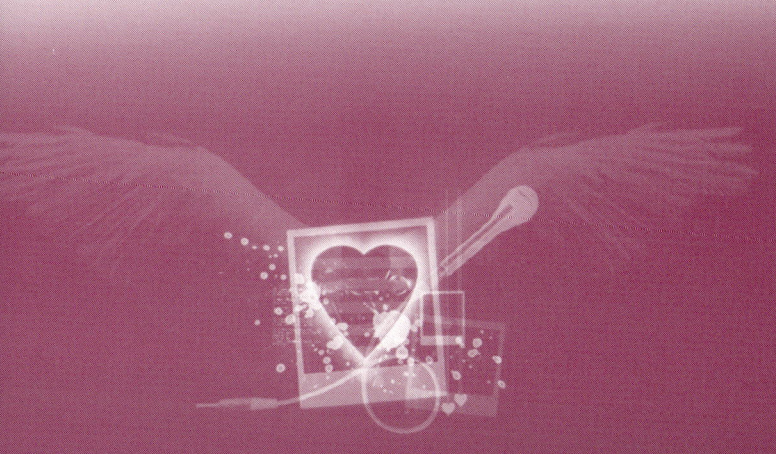

ஒரு ஜோடிச்
சிறகுகள் வேண்டும்
என்றேன்

உல்லாசமாக
உன்னோடு
பறப்பதற்கு
அல்ல -

தொலைதூரம் போய்
உன்னை
மறப்பதற்கு!

39

மு. மேத்தா

ஒரு நட்சத்திரம்
நிலவைச் சுமக்கிறது

40
நடந்த காதல்கள்

41

மு. மேத்தா

"நிலவா? சூரியனா?
உன் விழிகளுக்கு
விருப்பமானது எது?"

"நான் விரும்புவது
நட்சத்திரங்களே!"

"ஏன்?"

"காதலன் வரும்வரை
எண்ணிக் கொண்டிருப்பதற்கு
அவைதானே
ஏராளமாக இருக்கின்றன!"

வசந்தமாலை கேட்டாள்:
"கண் கலங்குகிறாயே...
மறுபடி கோவலன்
வருவார் என்று
நம்புகிறாயா?"

மாதவி கூறினாள்:
"கலங்குகிற
விழிகளுக்குத்தான்
தெரியும்..

கண்ணில் விழுந்த
தூசியை எடுக்கக்
கை வரும்
என்று!"

மு. மேத்தா

விளக்கினைச்
சுற்றிக் கொண்டிருந்த
விட்டிலுக்குச் சொன்னேன்!

"ஆபத்தின் மீது
ஆசைப்படாதே!

விபத்துக்கள் உன்னுடைய
விருப்பங்களே!"

விட்டில் என்னிடம்
விளக்கியது:

"இந்த விளக்கு
நான்
இறந்த பிறகாவது
தெரிந்து கொள்ளட்டும்

எனக்கும்
உயிர்
இருந்ததென்று!"

தோழி கேட்டாள்:

"கண்ணன் உன்னுடைய
வீடு இருக்கும்
திசையை நோக்கித்
திரும்பியதும்
விழித்துக் கொள்கிறாயே..
எப்படி?"

ராதை பதிலுரைத்தாள்:

"என் கண்கள்
படித்துக்
கொண்டிருப்பதெல்லாம்
அவனுடைய
பாதங்கள் நடக்கும்
பாதைகளைத் தானே!"

45

மு. மேத்தா

தோழி கேட்டாள்:

“கண்ணனைக் கண்டவுடன்
நீர் நிறைந்த உன்
விழிக் குளங்களை
மூடிக் கொள்கிறாயே
ஏன்?”

ராதை பதிலுரைத்தாள்:

“மூழ்கினால்
அவனுக்கு
மூச்சடைத்துப் போகாதா?”

"கலங்காதே!
அவர்கள் என்னைக்
கல்லால் அடிக்கவில்லை
பரிசோதிக்கிறார்கள்-

காதலின் போர்க்களத்தில்
காயம்பட்ட பிறகும்
ஓடாமல் நிற்கும்
உண்மை வீரனா
என்று,"

வேறு யாரோ
ஒருவனுடன்
உனக்கு
நிச்சய தாம்பூலம்
நிகழ்த்திக் கொண்டிருக்கிற

உன் பெற்றோர்
உணர்ந்து கொள்ளட்டும்

நான்
தேவதாஸ் அல்ல..
பிருதிவிராஜன்!

"இன்னொருவர்
பின்னே
நடந்து கொண்டிருந்தாலும்

என்
உள்ளமோ
உன்னைத் தொடர்ந்துதான்
ஓடிக்கொண்டிருக்கிறது.

சீதை மாதிரி
அல்ல -
இலக்குவன் மாதிரி."

வெண்பட்டு மேனி
குளிரில் நடுநடுங்கக்
காத்திருந்த
அழகின் பேரரசி
அனார்கலியைத்
தோழி அழைத்தாள்:

> "இளவரசர் வரமாட்டார்
> இனிமேல்..
> பொழுது விடிந்தது-
> போகலாம்!"

அனார்கலி கூறினாள்:

> "பொழுது விடிந்ததா?
> அது எப்படி விடியும்?
> என் சூரியன் இன்னும்
> வரவில்லையே.."

சக்கரவர்த்தி கட்டளைப்படி
சலீமைத் தடுத்து நின்ற
காவலன் உரிமையுடன்
கண்டித்தான்:

> "வேண்டாம் இளவரசே
> வீம்பு!
> விடிந்து விட்டது -
> இனிமேல்
> பாவையைத் தேடிப் போய்ப்
> பயனில்லை"

சலீம் கூறினான்:

> "விடிந்து விட்டதா?
> அது எப்படி விடியும்?
> என் சந்திரன் இன்னும்
> போகவில்லையே.."

51
மு. மேத்தா

ஒரு புள்ளிமான்
வேட்டையாடுகிறது

52
கடந்த காலங்கள்

மு. மேத்தா

படிப்பதற்கு
உனக்குப்
பயன்படும்
உன்னுடைய
கண்களைத்தான்

உன்னை நான்
படிப்பதற்கும்
பயன்படுத்துகிறேன்.

முன்னொரு நாளில்
நீ நடத்திய
முற்றுகையை முறியடித்தேன்!

இன்று
ஆசைகளின் வியூகத்தில்
நானே
அபிமன்யூவானேன்.

மு. மேத்தா

என்
கை
விளக்கில் படி
விளக்கையும் படி
விளக்கமாகும்.

வீணையைக்
கையிலேந்தி
வீற்றிருந்தாய்..

மெல்ல நெருங்கி
'மீட்டட்டுமா?'
என்றேன்.

சரியெனத்
தலையசைத்துச்
சம்மதித்தாய்.

உனக்குத் தெரியும்
வீணை வாசிக்க
எனக்குத்
தெரியாது
என்பது.

மு. மேத்தா

வேக வேகமாய்
வந்தேன் ஒரு
வேட்டைக்காரனைப் போல்!

இருளில்
உன்னைத்
தீண்டிய பிறகுதான்
தெரிந்தது

நான்
இரையென்று!

கடிதம் எழுதுவதை
நிறுத்தி விட்ட
காரணம் இதுதான்:

நான் எழுதும்
காதல் கடிதங்களின்
எடை
அதிகரிக்க அதிகரிக்க
உன் எடை
குறைந்து கொண்டே
வருகிறது.

உன்
கண்களாகிய
கடலில்
விழுந்தபோது
எனக்குத் தெரியாது

ஓடமாகி
நீயே
உதவுவாய்
என்று.

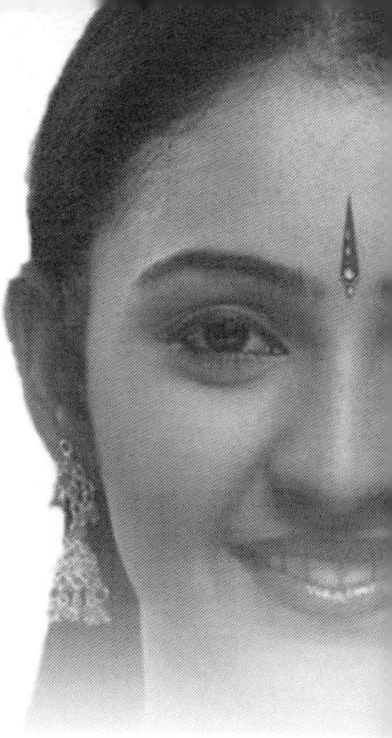

இரவு
வெளிச்சமாகிறது
என்னோடு
நீ
இருக்கும்போது..

வெளிச்சம்
பகையாகிறது
என்னோடு
நீ
இறுகும்போது..

மு. மேத்தா

என் மனைவிக்கு
எதிரியாய் இருந்தது
மதுதான்..

வாயிற் படியேறி
நீ
வரும் வரைக்கும்!

ஒரு கனவு
கல்லறைக்குப்
போகிறது

மு. மேத்தா

விழித் தூண்டில்கள்
தம் மீது
வீசப்படாதா
என்று

மீன்களே
காத்திருக்கும்
மேனி!

கட்டை போல்
சமையற்
கட்டுக்குள்
கிடந்தவள் தான்..

காதலெனும்
ஆற்று வெள்ளம்
அவளை
அடித்துச் சென்றது.

மு. மேத்தா

அணிகளையெல்லாம்
கழற்றி எறிந்து
அடம் பிடிக்கிறாள்..

அவனைத்தான்
அணிந்து கொள்ள
வேண்டும் என்று!

இரைதேடிப் போன
பறவைகள்
கூட்டை நோக்கித்
திரும்பும்
மாலைப் பொழுதில்தான்

இரையாகப் போகிற
பறவை
வீட்டை விட்டு
வெளியேறுகிறது.

மு. மேத்தா

பொடிமணல் போல்
உடலைப்
பொசுக்குவதேன்?

காதல் என்பது
நெருப்பின் இழைகளில்
நெய்த ஆடையோ?

இருளில் வழி கேட்க
எழுந்து வந்தேன்

உன்
கண்களின் வெளிச்சத்தை
நீ
காட்டிய பிறகுதான்

திசைகளே தெரியாமல்
திகைக்கிறேன்.

69

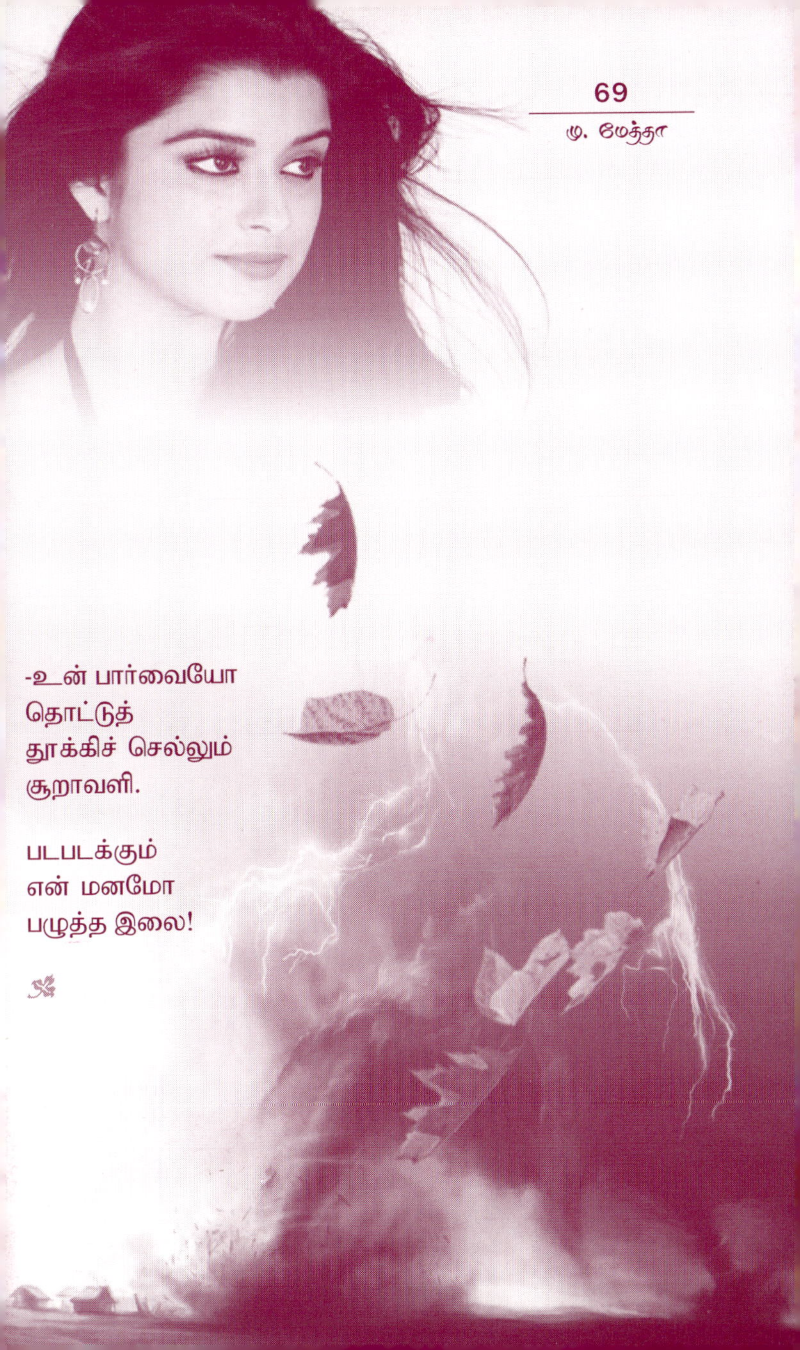

மு. மேத்தா

-உன் பார்வையோ
தொட்டுத்
தூக்கிச் செல்லும்
சூறாவளி.

படபடக்கும்
என் மனமோ
பழுத்த இலை!

உடுத்திக் கொள்வதற்காகக்
காத்திருந்தான்

அவள்
உடைகளைக்
கழற்றும் வரை!

மு. மேத்தா

கண்களால்
எழுத்துக் கோர்த்து
இதழ் மை தடவி
அச்சடித்த பிறகுதான்
அச்சம் பிறந்தது.

விளக்கு
எரிந்து கொண்டிருந்தது
விடியும் மட்டும்.

விடியும் மட்டும்
எரிந்து கொண்டிருந்தது
விளக்கு மட்டும்
அல்ல..

மு. மேத்தா

அவன்:

> மலர்களையும்
> இலைகளையும்தான்
> உதிர்த்துக் கொண்டிருக்கிறது
> மரம்.
>
> அருகில் அமர்ந்து
> அழுதபடி
> உன்னையே ஏன் நீ
> உதிர்த்துக் கொண்டிருக்கிறாய்?

அவள்:

> அன்பே!
> நம் உறவு மரத்தில்
> இலையுதிர் காலமல்ல
> இது-
> கிளையுதிர் காலம்!

கண்ணீரைத்
துடைக்கவரும்
என்
கைகளையே
கழுவி விடும்
உன் கண்ணீர்
சொல்லிக் கொள்வது

'என்னைக்
கைகழுவி விடாதே'
என்றா?

மு. மேத்தா

கடிதம் எழுதுவதை
நிறுத்தி விட்ட
காரணம் இதுதான்:

நான் எழுதும்
காதல் கடிதங்களின்
எடை
அதிகரிக்க அதிகரிக்க
உன் எடை
குறைந்து கொண்டே
வருகிறது.

76

விலாசம் ஒன்று
வசதிகளோடு
வீட்டுக்கு வந்ததும்

முகவரியை மட்டுமல்ல
பழைய
முகத்தையும்
மறந்து போனான்.

அவளோ -
துயரங்களைச்
சகிக்க முடியாமல்
தன்
ஞாபகங்களைத்
துரத்தியடித்தாள்..

புத்தி கெட்டுப் போய்
அவை அந்தப்
புருஷ மரத்தைத்தான்
சுற்றின.

தெருவில்
நடக்கும் கொடியைப்
பார்த்துக்
கேட்டுக் கொண்டது
பறக்கும் கொடி:

'முதல் மலரைத்
தாமதப்படுத்து..
இரண்டாம் மலருடன்
பூப்பதை நிறுத்து!'

கொடி கட்டிக்
காயப் போட்டிருப்பது
குழந்தையின் ஆடைகளும்
கொடிகட்டிப் பறந்த
அவளுடைய
குதூகலங்களும்!

மு. மேத்தாவின் நூல்கள்

கவிதை

மு.மேத்தா கவிதைகள்	(2007)	2ஆம் பதிப்பு
கண்ணீர்ப் பூக்கள்	(1974)	34ஆம் பதிப்பு
ஊர்வலம் (தமிழக அரசின் முதல் பரிசு பெற்றது)	(1977)	17ஆம் பதிப்பு
மனச்சிறகு	(1978)	10ஆம் பதிப்பு
அவர்கள் வருகிறார்கள்	(1980)	10ஆம் பதிப்பு
முகத்துக்கு முகம்	(1981)	11ஆம் பதிப்பு
நடந்த நாடகங்கள்	(1982)	12ஆம் பதிப்பு
காத்திருந்த காற்று	(1982)	9ஆம் பதிப்பு
ஒரு வானம் இரு சிறகு	(1983)	9ஆம் பதிப்பு
திருவிழாவில் ஒரு தெருப்பாடகன்	(1984)	9ஆம் பதிப்பு
நந்தவன நாட்கள்	(1984)	11ஆம் பதிப்பு
இதயத்தில் நாற்காலி	(1985)	8ஆம் பதிப்பு
என்னுடைய போதிமரங்கள்	(1987)	8ஆம் பதிப்பு
கனவுக் குதிரைகள்	(1992)	6ஆம் பதிப்பு
என் பிள்ளைத் தமிழ்	(1994)	3ஆம் பதிப்பு
கம்பன் கவியரங்கில்	(1993)	3ஆம் பதிப்பு
ஒற்றைத் தீக்குச்சி	(1997)	5ஆம் பதிப்பு
மனிதனைத் தேடி	(1999)	3ஆம் பதிப்பு
ஆகாயத்துக்கு அடுத்த வீடு (சாகித்ய அகாதெமி பரிசு பெற்றது)	(2004)	7ஆம் பதிப்பு

கவிதைச் சிறுகதை

வெளிச்சம் வெளியே இல்லை	(1981)	12ஆம் பதிப்பு

சிறுகதை

மு.மேத்தா சிறுகதைகள்	(2000)	3ஆம் பதிப்பு
அவளும் நட்சத்திரம்தான்		4ஆம் பதிப்பு

புதினம்

சோழ நிலா (ஆனந்த விகடன் பொன் விழாவில் முதற் பரிசு பெற்ற சரித்திர நாவல்)	(1982)	9ஆம் பதிப்பு
மகுடநிலா	(1990)	5ஆம் பதிப்பு
கோட்டையை நோக்கி		முதற் பதிப்பு

கட்டுரை

அவளுக்கு ஒரு கடிதம்	(1989)	6ஆம் பதிப்பு
நானும் என் கவிதையும்	(1984)	6ஆம் பதிப்பு
நினைத்தது நெகிழ்ந்தது	(1984)	9ஆம் பதிப்பு
மு. மேத்தா முன்னுரைகள்	(1983)	6ஆம் பதிப்பு
பக்கம் பார்த்துப் பேசுகிறேன்	(1986)	7ஆம் பதிப்பு
புதுக்கவிதைப் போராட்டம்	(1987)	5ஆம் பதிப்பு
அன்புடன்	(2001)	2ஆம் பதிப்பு

பேட்டிகள்

இதய வாசல்	(1990)	5ஆம் பதிப்பு
திறந்த புத்தகம்	(1990)	6ஆம் பதிப்பு

காவியம்

நாயகம் ஒரு காவியம்	(1994)	4ஆம் பதிப்பு

திரைப்பாடல்

மு. மேத்தாவின் திரைப்படப் பாடல்கள்-1	(1996)	முதற் பதிப்பு

மொழி பெயர்ப்பு

Selected Poems of Mu.Metha ஆங்கிலத்தில் : டாக்டர் கவிஞர் பாலா	(2002)	முதற் பதிப்பு
மனிதனைத் தேடி இந்தியில் : திருமதி ஜமுனா	(2003)	முதற் பதிப்பு
மனிதனைத் தேடி ஆங்கிலத்தில் : பேராசிரியர். டேவிட் ராஜா போஸ்		
ENACTED PLAYS (நடந்த நாடகங்கள்) ஆங்கிலத்தில் : பேராசிரியை P.S. தேன்மொழி	(2010)	முதற் பதிப்பு
கலைஞருக்கும் தமிழ் என்று பேர்	(2010)	முதற் பதிப்பு

* அடைப்புக்குறிக்குள் - முதற் பதிப்பு வெளிவந்த ஆண்டு